Aa Ăă Ââ

Bb Cc Dd Đđ Ee

Êê Gg Hh Ii Kk Ll Mm

Nn Oo Ôô Ơơ Pp Qq

Rr Ss Tt Uu Ưư

Vv Xx Yy

Cuốn sách này của /
This book belongs to: ______________________

Thương tặng các bé yêu thích Bảng Chữ Cái.
Dành tặng AH.

To little learners who love chanting the alphabet.
For AH.

Text & Design - Amy Dang Edit - Dorrie Ngo
Beta readers - Mai N., Chi L., AH, AK, J

little.ears.books

Little Ears Books

Scan here for Vietnamese pronunciation audio support

# A...a...a...a...A

Anh An trong bộ áo dài màu xanh.

Big brother An dressed in his blue ao dai.

...ă...ă...ă...Ă

**Năm nằm ngắm trăng rằm.**

Năm laid down, gazing at the full moon.

Â...â...â...â...Â

Gấu Nâu ăn súp nấm.

Brown Bear ate mushroom soup.

B...b...b...b...B

Bác Ba bán bong bóng bên bờ biển.

Uncle Ba sold balloons on the sea shore.

# C...c...c...c...C

Cào Cào canh Cáo bên cánh cửa.

Grasshopper waited for Fox at the door.

# D...d...d...d...D

Dừa, dứa, dưa hấu, và dâu tây.

Coconut, pineapple,
watermelon, and strawberry.

# Đ...đ...đ...đ...Đ

Đạt ngồi đếm đậu.

Đạt sat down, counting his beans.

# E...e...e...e...E

Em bé nép vào lòng mẹ.

Baby nestled in mommy's arms.

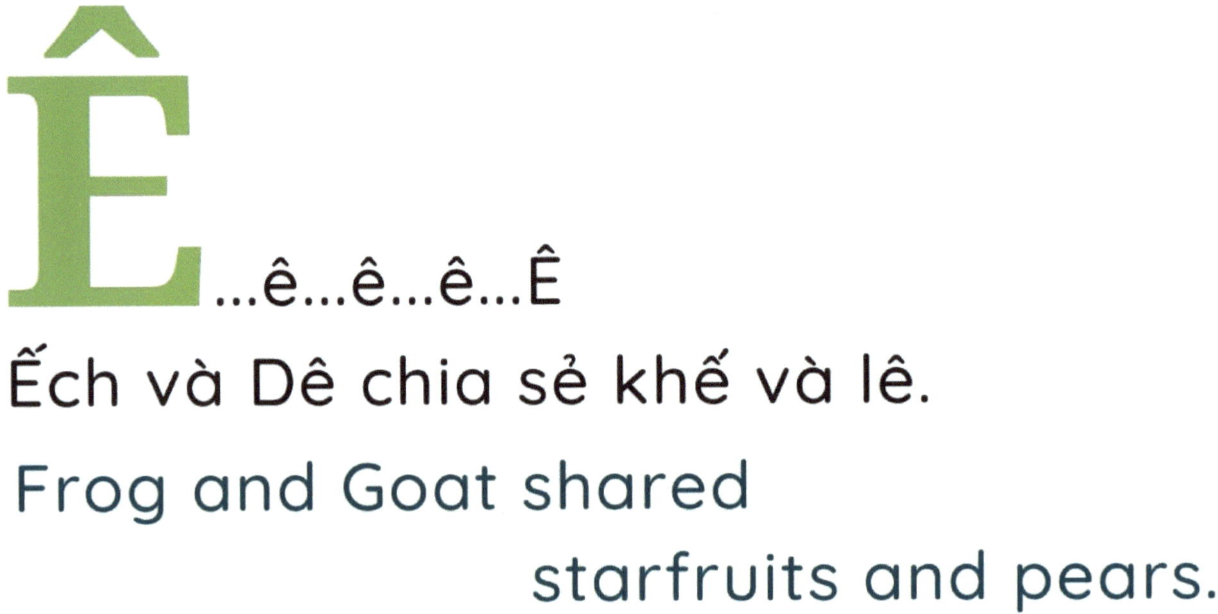

# Ê...ê...ê...ê...Ê

Ếch và Dê chia sẻ khế và lê.

Frog and Goat shared
starfruits and pears.

# G...g...g...g...G

Gà gáy trên gác mái.

Rooster crowed from the attic.

H...h...h...h...H

Hươu và Hổ đi hái hoa.

Deer and Tiger picked some flowers.

# I...i...i...i..I

Vịt nhí in bao lì xì Tết.

Little Duckling printed some red envelopes for Lunar New Year.

K...k...k...k...K

Kẹo mứt cùng kem kí.

Candied fruits and bulk ice-cream.

# L...l...l...l...L

Lều lán, lửa trại, và la bàn.

A tent, a campfire, and a compass.

M...m...m...m...M

Mèo Mướp ngắm mưa dưới mái hiên.

Tabby Cat watched the rain,
under the awning.

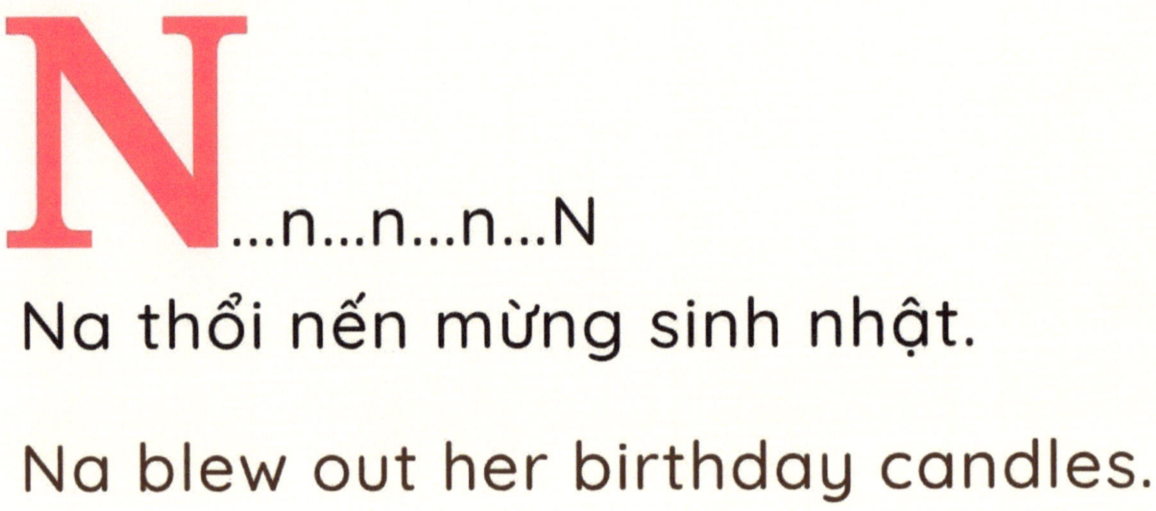

N...n...n...n...N

Na thổi nến mừng sinh nhật.

Na blew out her birthday candles.

5

# O...o...o...o...O

Thọ và các bạn chơi nhảy lò cò.

Thọ and friends played hopscotch.

...ô...ô...ô...Ô

Ô tô bên hồ.

Car by the lake.

# Ơ...ơ...ơ...ơ...Ơ

**Thơ và Cường chơi cờ ở vườn mơ.**

Thơ and Cường played chess
in the apricot orchard.

P...p...p...p...P

Pháo Tết nổ lốp bốp.

New Year firecrackers went pop-pop!

# Q...q...q...q...Q

Giỏ quýt làm quà.

A basket of mandarin oranges as a gift.

R...r...r...r...R

Rùa nhỏ rửa rổ rau cho mẹ.

Little Turtle washed a basket of vegetables for his mommy.

S...s...s...s...S

Sóc con say sưa ngắm sao sáng.

Little Squirrel sat still, lost in star gazing.

T...t...t...t...T

Thỏ trắng tắm dưới tuyết.

White Bunny took a bath in the snow.

# U...u...u...u...U

Trung Thu sum vầy!

Gathered together for Mid-Autumn Fest!

# Ư

...ư...ư...ư...Ư

Ưng gửi thư cho Sư Tử.

Hawk sent a letter to Lion.

V...v...v...v...V

Vân tập vẽ vĩ cầm.

Vân sketched a violin.

...x...x...x...X

Xuân xây lâu đài cát, với xẻng và xô.

Xuân used a bucket and shovel to build a sand castle.

Y...y...y...y...Y

Thy gặm bánh quy.

Thy munched on some cookies.

# Bảng Thuật Ngữ

**Áo dài.** A Vietnamese national dress, consists of a long split tunic over a pair of trousers.

**Bánh quy**. Cookies or biscuits. A sweet baked treat, mainly made from fat/oil, sugar, and flour.

**Cào cào.** Grasshopper. A jumping insect with big hind legs, often found in gardens and rice fields.

**Dứa.** Pineapple. Also called as "thơm" or "khóm" in Southern Vietnam.

**Kem kí.** Bulk or weighted ice cream. Often sold by weight in Vietnam, hence the name (litterally "ice cream" + "KI-logram").

**Kẹo mứt.** Candied fruits and preserves. A traditional Vietnamese sweet made from fruits or root vegetables simmered with sugar until preserved or dried.

**Khế.** Starfruit. A yellow tropical fruit shaped like a star when sliced.

**Lì xì.** Lucky Money. Red envelopes filled with cash, given as a symbol of good fortune during Lunar New Year.

**Mèo mướp.** Tabby cat. A domestic cat with striped pattern over its fur.

# Glossary

**Mơ**. Apricot (Vietnamese variety). A small stone fruit, usually yellow or orange, with tart to mildly sweet flesh. It commonly used to make preserves or dried snacks (so-called “ô mai”).

**Na.** Sugar or custard apple. Also called as "mãng cầu ta." A sweet, green fruit with lumpy skin, soft white flesh and black seeds. Often used as a name in Vietnam.

**Pháo.** Firecrackers. A small explosive device, produces loud noises and colorful flashes.

**Quýt.** Mandarin orange. A small and sweet orange citrus fruit. As a symbol for wealth, good fortune, and happiness, it is exchanged as a gift for best wishes to friends and family, especially on Lunar New Year.

**Sum vầy.** To gather joyfully in a warm, cozy, and harmonious atmosphere.

**Trung Thu.** Mid-Autumn Festival (also called the Moon Festival or Children's Festival). Celebrated on the 15th day of the 8th lunar month, it honors family reunion, community bonds, and the harvest season. Mooncakes, lanterns, and lion dances are traditional symbols of this occasion.

**Vĩ cầm.** Violin. A string instrument with a hollow wooden body, four strings, and a bow, played by drawing the bow across the strings.

**Amy Dang** is a Vietnamese-American mom and children's book author living in Portland, Oregon. Inspired by her own bilingual family, she believes storytime should bring every family together, no matter their language or heritage.

Through **Little Ears,** she creates Vietnamese-English books and learning resources that preserve culture, nurture connection, and make storytime a place where everyone belongs.

# Our Library

Learn
VIETNAMESE
with Animals
SOUNDS
by Amy Dang

Amy Dang
Learn Vietnamese
with Animals
VERBS

by Amy Dang
Trắng & Đen
Số đếm
&
Hình dạng
Black & White
Numbers & Shapes

From A to Y
VIETNAMESE
ABC
Text & Design - Amy Dang

ISBN (Paperback): 979-8-9922343-3-6
ISBN (Hardcover): 979-8-9922343-4-3


*Translations between Vietnamese and English reflect the closest cultural and linguistic equivalence, based on the author's and editor's best understanding.
**Illustration elements are sourced from Canva

www.ingramcontent.com/pod-product-compliance
Lightning Source LLC
Chambersburg PA
CBHW041129100726
47911CB00002B/85

* 9 7 9 8 9 9 2 2 3 4 3 3 6 *